అద్దం

సంధ్యా రావ్

బొమ్మలు అశోక్ రాజగోపాలన్

Tulika

Addam (Telugu)

ISBN 978-81-8146-599-3

First published in India 2009
Reprinted in 2016

Originally in English
Telugu by Vani Mohan

Published by
Tulika Publishers, 24/1 Ganapathy Colony Third Street, Teynampet, Chennai 600 018, India
email tulikabooks@vsnl.com *website* www.tulikabooks.com

Printed and bound by
Chennai Expo Prints Pvt. Ltd, 9/6 Chakkarapani Street, West Mambalam, Chennai 600 033, India

తం తం తంగి
కోతి ముఖం పెట్టింది.

“ఫో! ఫో!” అంది. “లేకుంటే నేను
సింహం ముఖం పెడతాను!”

“గర్ర్! గర్ర్!”

“ఇష్ ! ఫో !”అంది తంగి.

ఇప్పుడు కప్పలాగ ముఖం పెట్టింది.

“ఊ! నాకు తెలుసు ఏమిచేయాలో!”

తంగి పెద్ద పెనుభూతం లాగా
ముఖం పెట్టింది.

అద్దం కూడా పెద్ద పెనుభూతం
లాగా ముఖం పెట్టింది.

"అమ్మో!" అంది తంగి భయపడుతూ.

అద్దం కూడా భయపడుతున్న
ముఖం పెట్టింది.

ఇప్పుడు తం తం తంగి
ఆనందంగావుంది.

ఇప్పుడు కథ అయిపోయింది. బొమ్మలు గీద్దాం.

ఇది సంతోషమైన ముఖము, తోక ఉన్న ఏనుగ.

నీ బొటనవేలి ముద్ర ఈ పేజి మీద వేసి, బొమ్మ గీయ్.

ఇది నేను, సంతోషమైన ముఖము, తోక తో.

నేను ఈ పుస్తకం చదవగలను!